Okusabila Obukulembeze N'abakulembeze

OKUSABILA OBUKULEMBEZE N'ABAKULEMBEZE

Abantu bange abatumiiddwa erinnya lyange, bwe banetowazaanga, ne basaba, ne banoonya amaaso gange, era ne bakyuka okuva mu biibi byabwe, nange n'awuliraanga nga nyima mu ggulu, ne nsonyiwa ebiibi byabwe era ne mponnya ensi yabwe. (2 Ebyomumirembe 7:14)

Originally published in English under the title:
Praying for the Government.
ISBN: 978-1-908594-77-8
Catalog no: B20

Published by permission in the LUGANDA language.

Published in the year 1999.
Printed by: Derek Prince Ministries – UK

Ekitabo kino kifurumidde mu Luganda, era nga kifurumiziddwa aba Derek Prince Ministries International.

Ebyawandikibwa ebikozeseddwa mu kitabo kinno bigiddwa mu Baibuli Ekitabo Ekitukuvu.

Okumanya ebisingawo ku kitabo kinno.

DPM-Uganda,
Post Office Building, Entebbe, Uganda.
Web: www.derekprince.com

OKUSABILA OBUKULEMBEZE N'ABAKULEMBEZE

Olina okumannya nti ekisubbizo kya Katonda okuwonnya ensi yaffe kya kunna, naye obuvunanyizibwa bwaffe kwe kusabila ensi wamu n'obukulembeze oburungi. Naye ani alina okwetikka obuvunanyizibwa obwo oba okuyimiriila mukituri, kulw'abantu wamu n'egwanga lyaffe?"

Waliwo engeeri nyingi ekanisa gy'eyinza okukozesa oba okuteeka munkola obuyinza bwayo, k'akati njagala nkuweeyo engeeri nnya: nga ze zinno: Okusaba, okujurila –okuwa obujurizi, okuburiila enjiiri, wamu n'okukola obulungi.

Katonda atusubiila nga ekanisa ye (abaana be-Abalokole) okukozesa n'okweyambisa enoono ezzo okukyusa abantu abali mugwanga lyaffe badde gyali.

Katonda ayagala ekanisa ekozesse obuyinza bw'ayo okuyitta mu kusaba esobole okukyusa ebintu byonna munsi.

Ebyawandikibwa bitulaga burungi nti, singa ekanisa eremwa okukikola olwonno, ebeera efuuse nga omunnyo ogutalimu nssa nga guwedemu obuwoomi.

Njagala nkuzeeyoko katono mu kyawandikibwa kye twalabyeko emabaga ekigamba nti, *"Abantu bange abatumiiddwa erinnya lyange, bwe banetowazaanga, ne basaba, ne banoonya amaaso gange, era ne bakyuka okuva mu biibi byabwe, nange n'awuliraanga nga nyima mu ggulu, ne nsonyiwa ebiibi byabwe era ne mponnya ensi yabwe"* (2 Ebyomumirembe 7:14)

Kunno kwali kubikurilwa okwaweebwa Kabaka Sulemani nga atongozza yekaalu oba ekanisa gye yaali azimbidde Mukama Katonda.

Naye abantu abasinga obungi balinna endowooza egamba nti, ekisubiizo ekyo kyali kya Sulemani yekka, era nti kyali kya biro biiri ebyayitta, era nti ffe ab'emirembe ginno tebitukwatako, naye ekyono kikyamu.

Kubanga bwetusoma Abakolinso eky'okubiri 1:20 kitugamba nti; "Ebisubiizo bya Katonda byona biri nti wewaawo era nti Amina, olw'ekitibwa kya Katonda eri abantu bonna."

Wanno tebatugamba nti, ebisubiizo ebimu, wabula byonna, kati kyetulina okwebuza kiri nti, ekitibwa kya Katonda eky'ogedwako kilabika ddi?

Ekitibwa kya Katonda kilabika buli, lwe twatula oba okujuriiila ekigambo kya Katonda.

Ekyo k'akati kitegerekese, naye ate bwetudayo mu by'omumirembe, kitugambye nti, "Abantu bange, abatumiiddwa erinnya lyange", banange bantuki abo baibuli beyogerako?

Ekyawandikibwa ekyo kitegeeza abantu bonna abakiriza Yesu Kristo okubeera omulokozi wabwe, era nga be bayitibwa abaana ba Katonda oba Abalokole nga kiva ku Mulokozi waffe Yesu Kristo (omulokozi w'ensi)

Katonda yagamba nti singa Abantu be, abatumiiddwa erinnya lye bakola ebintu binna, olwo naye abeera ajja kukola ebintu bisattu, ekyo kitegeeza nti ekisubiizo ekyo kiriko obukwakurizo obulina okusooka okukorebwa kiryoke kitukirizibwe.

Buli lw'okola akakwakulizo Mukama k'atadewo olwo nga ofuuna omukisa ogugenderako, n'olwekyo bwetulaba ekitundu ekisembayo mu suula 7:14, kigamba nti, *"Katonda ajja kuwonnya ensi yaffe"*

Gwe olowooza nsi ki Katonda gy'ayogerako? Wanno abeera ayogeera butereevu ku ggwanga lyo: n'olwekyo kino kitegeeza nti, okuwonyezebwa, okusumurulwa, oba obuwanguzi bw'ensi yaffe buli mu mikono gyaffe nga abaana ba Katonda.

Ebyawandikibwa by'orekka bulungi nti ffe abaana bbe, ffe tuvunanyizibwa okukola ebintu ebirungi ebireteera Katonda okuwonya ensi yaffe wamu n'abo abagibelamu.

Buli kintu kyonna ky'olaba ekigenda mu maaso munsi yaffe, kibeere kirungi oba kibi, ffe nga abaana ba Katonda ffe tuvunanyizibwa.

N'olwekyo bwe kibeela nga obwenzi, obubbi, obulimba n'ebintu ebiringa ebyo nga bimazeewo ekanisa, kati eggwanga olisubiila kukola ki?

Oyinza okuba nga okiwakannya, naye ge mazima; kubanga abantu abo bonna abali mu Gavumenti oba ebiffo eby'obufuzzi, okugeza omukurembeze waffe, wamu n'abantu b'akola nabo, okwo gatako abaali mu palamenti n'ebiffo ebilaala byona eby'obufuzi.

Mwatu bonna balina enzikiriza, era bonna bagenda ne basaba kunaku ez'enjawulo, naye olw'okuba ebintu byayononeka ne mu Kanisa, tebasobola kukyuka wadde okukyusa empisa, eneyiisa, ebikolwa, entambula wadde engeeri gye bakolamu ebintu.

Kati njagala nkubuuze nti, engeeri gy'olabamu eggwanga wamu n'abakurembezebo, ddala ly'etaaga okuwonyezebwa oba nedda?

Eky'okudamu kiri nti yee oba weewawo, kubanga ebintu byona bitambula kifuula nenge, tebisanyusa Katonda, kubanga ekibi, obujeemu wamu n'obugwenyuffu busensedde buli kanyomero.

Ensonga endaala ekulaga nti egwanga ly'etaga okuwonyezebwa, okilabila ku Bantu baffe, kubanga buli muntu takola oba takoze ekyo Katonda kyamusubilaamu oba kye yamulagila.

N'olwekyo njagala okimanye nti, gwe nange abatya Katonda, ffe tuvunanyizibwa, sso ssi abo abannywa enjagga, bamalaaya, ababbi, abasamizze, abatamiivu, wadde ab'enzi oba abo abatamanyi kubo liyingiila kanisa.

Ekyo nno kitegeeza nti ensi yaffe wamu n'abakurembeze baffe, bwebiba nga tebiwonyezedwa, ffe nga ekanisa, tetukoze Katonda by'ayagala oba by'atusubilaamu, ago ge mazima ge nyini.

Njagala okimanye nti, waliwo enjawulo nenne wakati w'okukola n'okwogera Yesu kye yatugamba mu Mattayo 5:13, nti: "Mwe muli munyo gwansi, naye omunyo bwe gugwamu enssa bali lungamu munnyo na bakki? Guba tegukyagasa okujako okugusuula ebweru, ne bagulinyiriila."

Kale oba nga abantu n'egwanga lyaffe, tebiwonyezeddwa okuyitta mu bikolwa, eneyiisa wamu n'entambula zaffe, olwo kitegeza nti, omunnyo gwaffe gwagwaamu dda enssa oba ekiwomereezze.

Ye katwebuze 'Omunnyo gulina mugasoki? Omunnyogwegureteera ekintu okuwooma, era guziyiza ebintu okwononeka okugeza ebyenyanja, ate era omunnyo daggaala erikaza ebiwundu.

Kinno kitegeza nti, tulinna okureeta obuwoomerevu bw'ekigambo kya Katonda mu Bantu bonna be tutambulilamu, be tubelaamu, oba betukola nabo: Era kitukakatako okulongoosa oba okuwonnya endowoza z'abantu abo, ekyo bwekiturema obulokole bwaffe buba tebugasa, era mu maaso ga Katonda tubeera nga omunnyo oguweddemu enssa oba ogusanila okusulibwa ebweru.

Akabonero akalaga nti ddala walokoka oba omanyi Katonda, kwe kureeta enkyuka-kyuka mu Bantu oba mu kitundu kyonna ky'oba olimu, gy'okoreela oba yonna gy'obeela ogenze.

Ekigaana obusungu wamu n'ekiruyi kya Katonda okufukibwa ku bitundu byaffe, kwe kubeera nti mulimu abantu abatya Katonda era nga batukirivu.

Kinno nakimannya mu ssematalo ow'okubiiri, kubanga abajaasi abatali balokole oba abatamanyi Katonda, b'ekunganyizanga wendi, kubanga walingawo obutebenkevu, era olumu omu kubajaasi yangaamba nti "kopolo Prince", ndi musanyuffu kubanga olinaffe.

Yayongelako n'agamba nti, bwe mbeera naawe mbeera nga Elisa bweyali ne Nnabi Eliiya, kubanga twewali kabi konna kasobola kubatukako. (2 Basekabaka 2)

Abaana ba Katonda ffe tulina okubeera obukuumi bw'egwanga, buggwe ow'ekikomo, era olwazzi olw'ekyuma, eri abantu betubelamu oba mu bitundu byetubelamu, kubanga tulina Katonda munda muffe.

Naawe okimanyi bulungi eky'agwa mu Soddoma ne Gommola, naye nga tekinabaawo, Ibulayimu yagamba Mukama nti onozikiriza ekibuga nga mulimu omuntu omutukirivu? Mukama yamudamu nti bwenalabayo abantu ekumi abatukirivu, ekibuga ndikisonyiwa.

N'olwekyo bwe kiba nti, abantu ekumi abatukirivu bawonya ekibuga ekyenkana nga Soddoma, kitegeeza nti abantu kikumi bawonya ekibuga ekikubisamu Soddoma emirundi kumi n'okusingawo.

Era bwe kibeera nti eggwanga lyaffe teririnaayo Bantu kumi batukirivu, ekyo kitegeza nti esaawa yonna akatyabagga oba akacwaanno kalyorekedde.

Ekyo kyanaku, naye amawulire amalungi gali nti, okyasobola okulwana okulaba nga obeera omutukirivu oba omunyo gw'ensi, gwe n'abantu bo.

Twalabye nti omunnyo gukuuma ebintu obutayononeka: ekyo kitegeeza nti guziyiza ekibi, enguzi, oba obugwenyuffu obutalabikka oba obutafuga mu gwanga lyaffe.

Bw'oba oyagala okukuuma enyamma obutayononeka, naddala nga onagitereka mu terekero oba ekyuma ekinyogoza, olina okugitekaamu omunnyo, olwo osobola okugikuuma nga nga nungi okumala ebanga eriwela.

N'olwekyo bwe kiba nti Baibuli etuyitta munnyo gwansi, naye nga omunnyo gwaffe, guremeddwa okuziyiza egwanga lyaffe okuliibwa ekibi oba obugwenyuffu, n'okukyaama mungeeri yonna, ekyo kitegeza nti tuli munnyo ogutagasa wabula ogusanila okusuliibwa ebweru gulinyiririrwe oba guzikirizibwe.

Naye bikki Katonda by'ayagala tukole nga abantu be, okusobola okubeera omunnyo ogugassa? Ekisooka Baibuli etugambye nti, *"Abantu bange abatumidwa elinnya lyange, bwe banetowazanga..."*,

Okwetowaza kye kintu ekizibu ennyo okukola naddala eri abantu abagamba nti bamannyi Katonda, okwo gatakko abantu bonna abali mu biffo eby'obukurembezze oba ebyawaggulu.

Abantu bangi bagamba nti, Katonda nzikakanya, naye Baibuli etugamba nti, *"Mukakannenga oba mwetowazenga mu maaso ga Mukama, naye alyoke abagurumize nga ekiseera kituuse".*

Silina wenkisoma, nga Katonda agamba nti ndibakakanya oba ndibatowaaza.

Kituffu Katonda asobola okukukakanya oba okukutowaza, naye ye bw'akikola oyinza obutyakyagaala, kubanga kibeera kyabulumi nnyo.

Kyandibadde kirungi, singa gwe okakanna oba wetowazza nga Mukama tanakikola, osobola okukakkana oba okwetowazza wadde nga Mukama tamazze kukunyigiriza naye bw'ogaana, obeera omuyitta nti jangu

Mukama ontowazze mungeri yonna esoboka. Obwetowaze bulina kuva munda mu mutima gwo, ne bulyoka bulabika kungulu okuyita mu bikolwa byo, naye kankubuze nti; gwe oli mwetowaze mu maaso ga Katonda oba omulinda ye akutowaze?

Akakwakulizo akasooka nga ensi yaffe enawonyezebwa: kagamba nti, 'tulina okwetowaza wamu n'okukakkana mu maaso ga Katonda'; bwe tukakanna eri Katonda, tuba tusobola okukankanila ekigambo kye wamu n'obuyinza bwe.

Kyangu okugamba nti nze, ndi mwetowaze oba mukakamu eri Katonda; naye ate ekigambo kya kya Katonda kigamba nti, mwetowazenga eri Katonda n'eri Bantu banamwe.

Era nti abakyala mwetowalizenga abaami bamwe, ate abaana muwurirenga bazadde bamwe.(Abefeeso 5:21-22, 6:1)

Awo ensonga eno w'ekalubila, kubanga bangi bagamba nti b'etowaze eri Katonda, naye bwe kituuka kunkolagana n'abantu abalaala:

Naddala abo ab'omunyumbayo, nga mwemuli omwamiwo, mukyalawo, abaanabo, abazadde bo n'abantu abalaala b'obeela nabo olwo ne tulyoka tutegeera nti gundi gwe toli mwetowazze n'akatono.

Bw'oba nga oliwakwetowaza, otekedwa okubeera nga olimukozi wa kigambo, era olinna okukakana n'ovunama n'ogamba Mukama nti nzunno Mukama, bw'oba onjagala wano, nange we nina okubeera.

Bw'omanya nti wava mu nfuufu, era nga mu nfuufu mw'oridda, tekikubereela kizibu kw'etowaaza oba kuvunama mu maaso ga Kaonda.

Teri muntu Baibuli gw'eyogerako nga omuwanguzi nga teyali mw'etowaaze oba nga teyavunamila Mukama;

ate era tosobola kubeela mw'etowaaze mu maaso ga Mukama n'otamuvunamila kubanga bigendeela wamu.

Nze silowooza nti, ekitibwa kyo oba ekifiridwa okwetowaaza oba okukakana mu maaso ga Mukama, ye kankubuze, ekitibwa okijawa nga Mukama takikuwadde?

Entekateeka ya Katonda egamba nti, *Abantu bange bwe banetowazanga*, sinsonga oli munene nnyo, olimulungi nnyo, wasomma nnyo, oba oli muggagga nnyo, naye okwetowaza ly'edaala elisooka.

Mukwano gwange njagala okimanye nti, ebintu bya Katonda bigendera mu mitendera, ekisooka, eky'okubiiri, eky'okusattu n'ekyokuna.

Buli mutendela olina okuguyitamu, sinsonga omutendera ogusooka ogumalako oba ogumazeeko myaka emeka naye olina kuguyitako n'olyoka w'eyongerayo kugudakko.

Ye Katonda tafaayo, oba emyakka gyonna egy'obulamu bwo ogimalira ku mutendera gumu, naye tokirizibwa kugenda kumutendera gudako okujjako nga ogusooka ogumaze, oba bwe kiba kibuuzo nga okiyisse burungi, nga mukamawo bw'ayagala.

Eyo y'ensonga lwaki olaba abantu bangi nga bali nga bwe baali emyaka etaano oba kumi emabega, kubanga b'agaana okukyuka oba okwetowaza okukola ebintu nga Mukama bw'ayagala.

Njagala otegeere nti ewa Mukama teri kubuuka mutendeera gwona, kubanga ye wa mazima, talya nguzi nga Bantu:

Wanno mugwanga lyaffe, ebintu tebikolebwa mu mitendeela, eky'okulabilako: oyinza okuba nga ogenze okujayo oba okutereka sente mu Banka naye nga olinamu mugandawo, nakuyisaawo gwe n'otasimba layini.

Naye ewa Mukama ebyo tebikola, era njagala okimanye nti, tewali alina kukukolerako mu mitendera ginno, gwe olina okwefubako olabe nga omalako oba nga ogende kudaala eddala.

Katulabe omutendera ogw'okubiiri: "ne basaba'(2 Eby'omumirembe 7:14)

Togezangako kusaba Katonda nga tonnaba kwetowaza, kubanga okwetowaaza kye kikurembeera okusaba ne kulyoka kudako.

Okusaba kwona okusabibwa nga omuntu tasoose kwetowaza tekuwuliirwa era tekudibwamu mu maaso ga Katonda, ekitegeeza nti obeera osabide bwereere.

Okusaba njagadde neme kukiwanvuya nnyo kubanga bangi, basaba, era bamannyi ebirungi wamu n'omugaso ogukulimu.

Naye kyenjagadde okukatirizza, kili nti, esaala z'abantu bangi tezidibwangamu oba teziridibwamu lwakuba sibetowaaze eri Katonda.

Omutendeera ogw'okusattu "kunnonnya maaso ga Mukama": ye banange kitegeezaaki? Okunoonya amaaso ga Mukama kitegeeza okugenda obutereevu kunamulondo ya Katonda.

Eyo mu maaso ga Mukama buli kisiba kikutuka, buli ndwadde ewonna, era ofuuna ensissinkanno ne Mukama Katonda mwene.

Mukyayinza okubeera n'olukungaana lw'okusaba naye ekyo, sikyebayitta okunoonya amaaso ga Mukama.

Okunoonya amaaso ga Mukama otekeddwa okubeera nga weyawudde ku Bantu oba ku bintu byonna ebiyinza okukuremesa okulaba oba okuwuriira okuva eri Katonda.

Abantu abasinga obungi, bwe babeera banonya Mukama, bagenda kunsozi ezayawulibwa nga zakusabilako, kubanga eyo tebelayo mboozi:

Oba kumala biseera mukintu kyonna okujako okusinza n'okutendereza Katonda, okusoma ekigambo kya Katonda, okusaba wamu n'okurindiriira okuwuriira Mukama ky'agamba.

Abantu bangi tebategeera kye bayita kunoonya maaso ga Mukama, eky'okulabilako: omuvubuka omu, yajja gyendi nga ayagala musabire ajuzibwe Omwoyo Omuttukuvu; naye bambi yansanga ninna byemaliriiza era ne musaba akomewo olw'okusattu akawungeezi.

Ye yanzilamu nti ekyo kirungi kubanga tubeera n'okusaba okuva saawa biiri okutuusa sattu ez'akawungeezi; nze nemudaamu nti ndowooza tekyandibade kirungi ku lunaku olwo.

Yambuuza nti lwaki, nange ne muddamu nti, sibuli kusaba nti kubeera kunoonya maaso ga Katonda:

Okunnoonya amaaso ga Mukama kitegeeza nti, torekera awo, oba tovaawo okutuusa nga Mukama amaze okwogeera naawe oba okukwelaga.

Oluusi kiyinza n'okutwaala olunaku oba ekiro ekilamba, okusinziila kungeeri gy'obeela otegeseemu omutima gwo wamu n'ebirowoozo byo mu maaso ga Mukama.

Kituffu abantu bangi oba amakanisa mangi gasaba, naye buli kusaba tekubeera kunoonya maaso ga Mukama:

Kubanga bw'obeera on'onnya Mukama, eby'okugela obudde nti ntandise saawa bwezitti era nina kuamala bwezitti ebyo tebibaayo, wabula omuntu akiriza Mukama okumutwala oba okumuvuga, n'okumurungamya ngaye bw'ayagala.

Omutendera ogw'okunna: "…….*era ne* **bakyuka okuva mu biibi byabwe,** (2 Ebyomumirembe 7:14)

Ggwe olowooza Bantu bakikaki Katonda b'alowooza okukyuka okuva mu makubo gabwe amabi?

Abo be Bantu abayisse mu mitendera giri egisooka, era nga abo be baana ba Katonda-Abalokole.

Naye olina okumanya nti, ekiremessa Mukama okukola oba okureeta okudda obuggya, kiri mu kanisa so tekiri bweru waayo:

Omulogo ali ebweru w'ekanisa tasobola kugaana Mukama kukola kwagaala kwe, naye ekanisa yenyini bweba nga si ntukuvu, era nga tetukoze nga bwayagala, ekyo gwe muziziko omunene.

Eyo ye nsonga lwaki, Petero atugamba nti, Omusango oba gutandikidde mu nyumba, naye kiliba kitya eri abatakiriza? (1 Petero 4:17)

Katonda bwaba anakola ekigambo ekigya, atandika n'abantu abamumanyi, eyo ye nsonga lwaki Baibuli egamba nti, amanyi ebingi alibuzibwa bingi, era noyo amanyi ebitono alibuzibwa bitono. (Luka 12:48)

Omuntu omu ayinza okugamba nti, ow'oluganda Prince, nze nga silinna oba sikola kibi oba bibbi; naye kankuburiire, tewali muntu atayonoona, era buli muntu ayogeera bwatyo omanya bumanya nti tanatuuka mu kuberaawo kwa Katonda oba ali wala nnyo ne Katonda.

Kubanga, omuntu gy'okoma okusemberela Katonda gy'okoma okulaba obwereere bwo oba ensobi oba ebiibi byonna by'okola oba by'oba okoze, olwono kiba kitegeeza nti olina okwetowaza mu maaso ga Mukama nga wenenya osobole okusonyiyibwa.

Bw'omala okumanya wamu n'okuyitta mu mitendera egyo enna; olwo Mukama n'alyoka agamba nti; *"nange n'awuliranga nga nyima mu ggulu, ne nsonyiwa ebiibi byabwe era ne mponnya ensi yabwe"*

Kinno kilaga nti Katonda tamala gaddamu buli saala yonna esabibwa buli muntu, naddala singa abeera tagoberedde mitendeera egyo enna.

Era Baibuli etugamba nti, *"Bwetumanya nga awuliira bye tusaba, tukiriza nti bye tusaba ajja kubituwa"* (I Yokaana 5:15)

Obuzibu tebuli mukuddamu, naye obuzibu buli mu kuwuliira,"...nange n'awuliraanga nga nyima mu ggulu, ne nsonyiwa ebiibi byabwe era ne mponnya ensi yabwe"

Ggwe olowooza nti Katonda ayogera ku bibi bya bamalaya, oba abatamiivu? Nedda, ayogera ku bibi bya Kanisa oba aby'abantu abamumanyi-Abalokole.

Kino kyelaga lwatu nti, egwanga bweliba nga teriwonye (bubbi, bwenzi, busamize, bwamalaya, bukumpanya, bulimba, bukyaayi, kuyiwa musaayi n'ebilala), ensobi teri ku gwanga wadde abalikurembeera, naye ensobi eri kuffe nga ekanisa wamu n'abagikurembela.

Maze ebanga ddene nga n'ekenenya, era nga nkola okunonyereza, kumawanga oba ku bitundu ebyenjawulo; naye nkizudde nti embeera yonna egwanga lyonna gyeriberamu, esinziira kungeeri ekanisa by'eyatula oba by'ekola mu lwattu oba mukizikiza.

Ekanisa wamu n'abajikurembela bwe babeela nga baririiddwa obwenzi, obubi, obulyazamaanyi, obuteewa kitiibwa, obwanakyemaliila, entalo n'okulwanagana, ekyo kyenyini ky'ekibeela mu gwanga.

Egwanga teriwonye? Yee! Kakati, gwe nange (Abakiriza Yesu Kristo nga Omulokozi waffe) ffe tuvunanyizibwa kunsobi zonna, wamu n'amatigga eggwanga lyeririmu.

Mukino sikusalidde musango, naye ffenna tuvunanyizibwa kyenkanyi nga abakiriza Katonda.

OKUYITTA MU KUSABA.

Tuyinza tutya okuleeta okuwonyezebwa mu gwanga lyaffe okuyitta mu kusaba? Ngenda kukudamu nga nsinziila kunyiriiri ennya ezisooka mu I Timoseewo esuula 2.

1. "Mbegayiriira ab'oluganda, Okusaba, okutakabananga, n'okwegayiriira n'okwebaza bikorebwenga ku lw'abantu bonna.

2. Ku lwa Bakabaka, n'abo bonna abafugga basobolenga okufuga obulungi, mu bulamu obw'emirembe, wamu n'okutya Katonda nga balimu ekitibwa.

3. Kubanga kinno kye kirungi era ekikirizibwa mu maaso g'Omulokozi waffe Katonda;

4. Ayagala abantu bonna okulokoka, n'okutukira ddala mu kumanya amazima."

Katulowooze ku bigambo binno: Omutume Pawulo atugamba nti, ekisokeera ddala tusabe; kubanga ekyo bwe kikurema; osobola okubeera n'entegeka, oba ebikozesebwa byonna naye ate ne bikurema oba n'obulwa amaanyi agabikozesa.

Kino nyinza okukigerageranya n'omuntu alina enyumba nga batekaamu ebitambuza amasanyalaze byonna naye nga ate tebiyungidwa ku kyuma oba omuti amasanyalaze kwegava.

Ekyono kitegeeza nti byonna tebijja ku kugasa oba tebijja kukola, waya zewakozesa ziyinza okuba nga nungi, ate nga n'amatala g'otademu nga nago gabeeyi, naye tojja kufuna ky'oyagala, kubanga tewali maanyi.

Njagala okimanye nti omuti oba ekyuma oba enyumba mwetujja amaanyi gaffe nga Abalokole bagiyitta kusaba, eyo y'ensonga lwaki Pawulo yali mugezi okugamba abantu nti ekisooka musabenga.

Naye atugamba kusabilaki mu kusooka? Bakabaka n'abakurembeze bonna abali mubuyinza oba mubufuzi.

Mubanno otwalilamu: omukurembeze w'egwanga, akakiiko ak'okuntiko, baminista, ababaka ba palamenti, bakabaka, abakiise b'amawanga, bameya, bakansala, abakuliira amajje ne police n'abalala.

Nze ninna obukakaffu obumala nti Abalokole bangi tebasabila Bantu bali mu buyinza oba bafuzzi: naye naawe oyinza okwebuuza nti, ddala lwaki tulina okubasabila?

Mulunyiriiri olw'okubiri batugambye nti, basobolenga okukurembera oba okufuga obulungi, nga bali mu bulamu obwemirembe, okutya Katonda era nga balimu ekitibwa.

Mulunyiriiri olw'okusatu, Pawulo atugamba nti; "Kubanga kinno kye kirungi era ekikirizibwa mu maaso g'Omulokozi waffe Katonda: kino kibeera kigweera wa?

Ekyo kibeera kitutuusa kubukurembeze oburungi, era abakurembeze baffe nga bali mu bulamu obw'emirembe, obujjudde okutya Katonda,

Era nga basaamu Katonda ekitibwa nga nabo benyini b'esaamu ekitibwa wamu n'abantu be bakurembera, ekyono kyebayita obukurembezze obulungi.

Lwaki Katonda ayagala obukakkamu, enkola ennungi wamu n'obukulembeze obulungi?

Eky'okudamu kili nti, ayagala abantu bonna babeere mu mirembe, nga basanyufu, nga balamu era balokolebwe batuuke okufuna amagezi agabatusa mukumanya amazima, ate nga ebyo tebisobola kubawo nga waliwo obutabanguko.

Mumbeeraki abantu mwebayinziza okufunila eddembe, essanyu, okulakulana, n'okumanya amazima? Wansi w'obufuzi oba gavumenti, etya Katonda, esaamu abantu baayo ekitibwa, era nga waliwo okukuuma emirembe n'obwenkanya eri bonna.

Kakati bo abali mu buyinza balina okumanya nti, obukulembeze bwona obunyigiriza be butwala, ne bubabuzaako obwekyusizo oba ne bubakweka amazima, n'obwo obwanakyemaliira oba nakalyako ani, tebusanyusa Katonda wadde abo be bukurembeera.

Obukulembeze obulungi bwonna, buwagila enjiiri oba ekanisa kubanga mwemutandikira empisa enungi, era obukulembeze oburungi buwuririza abantu, nga bwebuwuririiza Katonda, kubanga Katonda yabeera yabutekawo okukurembera abantu be.

Webaze Mukama nti, ebigambo bino obitegedde, byo byamazima, bikola, byava wa Katonda akuliira oba alonda abafuzi bonna, n'olwekyo birina okutekebwa munkola era nga kwe kwagaala kwe eri ekanisa.

Kiki ekiyinza okubawo singa tusaba era ne tukola ebintu nga Mukama bwayagala? Wabelawo okuwonyezebwa, emirembe, okutya Katonda, abantu okumanya amazima, era waberawo obw'etowaze n'obukakamu mu Bantu balyo.

Bwetuba twogedde amazima, egwanga lifuna obukulembeze oba abakurembeze abaligwanidde okusinzira kw'ekyo ekanisa ky'ekola.

Ffe nga ekanisa, tetulina kutwala budde bungi nga tunonnya abakurembeze byebatakoze, wabula tulina okumala ebiseera byaffe kumavivvi nga tubasabila.

Obudde bw'omala nga osabila abakurembeze obuganyulwamu okusinga obwo bw'omala nga ogikolokotta oba nga wekalakasa; era olina okumanya nti ebintu bikyukira mu kusaba sosi mu kukolokota oba kwekalakaasa.

Lwaki kitukwatako nnyo nga ekanisa okusabila egwanga wamu n'abakurembeze baaffe? Ensonga eri nti ffe tulina engeeri yokka esobola okutereza oba okukyusa enkola y'ebintu awatali kulwana oba bw'egugungo bwonna.

Era olina okumanya nti, *"Tetulwanagana na musaayi na mubiiri, wabula n'abamasaza, n'abobuyinza, n'abafuga ensi ab'omukizikiza, n'emyoyo egifuga ensi mubiffo ebya waggulu"* (Abeefeso 6:12)

Pawulo atugamba nti, "Tulwanagana" nze newuunya kubanga, abakiriza abamu besurilayo gwanagamba, nga balinga abagamba nti tebalina lutalo, y'ensonga lwaki bagayaavu era tebefiraayo mu kusaba.

Bwetuba tulwana olina okumanya nti, obulamu bwo bwonna bulinna okwenyigiramu, okusaayo omwoyo, okumaliriila, n'okukiriza nga tulwana.

Olina okumanya nti, tuli mu lutalo, naye nga tetulwana na mubiiri na musaayi, naye tulwaanna: *n'abamasazza, n'abobuyinza, n'abafuga ensi ab'omukizikiza, n'emyoyo egifuga ensi mubiffo ebya waggulu",* era olutalo lunyokera mu biffo bya waggulu.

Olina okumanya nti, setani yatendeka egye lye nga lilwanyisa Katonda wamu n'abantu bonna abamukiriza, nga otwalidemu gwe nange.

Setani akukyawa nnyo, kubanga obukyayi bujudde omutima gwe, era buli ky'akola abeera ayagala kukuzikiriza, kubanga gwegumu ku mirimu gye (kutta, kubba na kuzikiriza)

Ogumu kumurimu Mukama gw'atusubila okukola kwekulwana okusuula obwakabaka bwa setani wansi; kino tekikolebwa na mannyi oba magezi g'abuntu, wabula kikolebwa abo bokka abakiriza Katonda.

Abajaasi ab'omubiri balina emundu, naye tebasobola kulwana lutalo lwa mwoyo, kubanga bo tebalina by'akulwanyisa bya mwoyo.

"Eby'okulwanyisa ebyaffe sibyamubiri naye byamannyi okumenya ebigo" (II Bakolinso 10:3-5)

Wano abeera tayogela ku bomu, tanka, gurunetti oba smg oba AK47, wadde mamba nedda, naye ayogela kw'ebyo ebiiri mu Befeso 6:10-17.

Olutalo lunno lutandikira mundowooza, eyo ye nsonga lwaki ne bw'osiba omubbi nga tofubye kukyusa ndowooza ye obeera omaze biseera, olufuluma ekomela nga atandikira we yakoma.

Eyo y'ensonga lwaki Pawulo atugamba nti, tujemururenga endowooza yonna okulaba nga ekakana wansi w'obufuzi bwa Kristo.

Mu biseera bya MAU MAU, waliwo omuminsani eyali ayimiridde okumpi n'awuriira abasajja abakabinja ako, abaali bagenda okuwanikibwa ku kalaba nga bayimba, nga babatwala ku kalaba nga bagamba nti, tujja kudda.

Naye olina okumanya nti, abantu sibebali bayogerawabula emizimu egyakanywa musaayi gyegyali gy'ogereera mubo, kituffu osobola okuta omubiri naye omuzimu tosobola kugutta namundu, kiso, fumu wadde ejambiya.

Bw'obeera onowangula omuzimu oba omwoyo omubi, olina kubeera mu mwoyo ate nga okozesa ekigambo kya Katonda. (Mmako 16:17)

Eby'okulwanyisa Katonda byatuwa by'amannyi nnyo okumenya, okusuula, n'okuzikiriza ebigo; n'olwekyo singa omuntu yenna awangulwa, tekiva ku bunaffu bwa byakulwanyisa, wabula kiva ku butamanya bw'oyo akikozesa oba abikozesa.

Olina okumanya nti, amawanga oba amatwale agenjawulo galiko emyoyo egibifuga era nga gyegifuga abantu ababelamu.

Era bw'obeera nga wegendereza bulungi, osobola okuwuliira okuberawo kw'emyoyo emibi nga otuuse mu kitundu ekyo ekyawambibwa.

Emyoyo ginno egifuga ebitundu tegifanagana: eky'okulabilako, bwenagenda e Berlin nawuliira munsi ey'Omwoyo nga waliwo omulangila afuga era nga yali wa bwenzi, obukaba n'okwaka.

Ate bwenatuka mu Chicago, ne mpuliira omwoyo ogw'obutabanguko n'okwegugunga.

Bwenatuka mu New Orlean, waliyo omwoyo gw'obulogo, obusamize, n'okwelaguza wamu n'okukyaawa Katonda.

Olinna okumanya nti, ekitundu, tekisobola kusumurulwa wamu n'abantu bakyo okujjako nga omulangila akifuga amaze okumenyebwa, okusulibwa n'okuwangulibwa, oba okuzikirizibwa.

Naye obufuzi bw'ekizikiza bwe bumala okuwangulibwa, waberawo ejjengo ely'okudda obugya, okuwonyezebwa n'okusumurulwa mu kitundu ekyo.

Eky'okulabilako: waliwo omuminsani ayitibwa Miller, yagenda mu Argentina nga agenze kuburiila njiiri, naye mukusooka tekyasoboka, okutusa lweyamala okusaba okumala omwezi mulamba nga amenya abalangila abaali bafuga ekitundu ekyo, oluvanyuma lw'okusaba yafunna okubotola munsi ey'Omwoyo.

Oluvanyuma lw'okusaba, Katonda yamuwa amaanyi, n'amafutta era yakola olukungaana lw'enjiiri, abantu 200,000 ne balokoka; ekyono tekyali kyangu, kubanga eno nsi yabakatoliki nnyo atenga ono omubulizi yali tamanyiddwa era nga siwatutumu nnyo.

Olwo lwelumu kunkungaana z'enjiiri olwasooka okuberamu abantu abangi, naye kyabawo kubanga Miller yasooka kuwangula bufuzi obwali bufuga ekitundu ekyo munsi ey'omwoyo.

Mubujulizi obulala: tulaba muganda waffe Danyeri, yasaba era n'asiiba okumala enaku 21, nga ayagala Mukama amuyambe.

Esaala ye yadibwamu ku lunaku olusooka naye omulangila we Buperusi eyali afugila mu bbanga mu kiffo ekyo n'aziyiza wa malayika Mukama eyali atumiddwa eri Danyeri.

Singa Danyeri yalegeza mu kusaba teyandifunye kye yali asabila. Naye yaremelako okutuusa nga amaze okukwata kwekyo kyeyali asabila, n'olwekyo naawe olina okuremelako, bw'oba oyagala okufuna obuwanguzi okuva eri Katonda.

Omulangila we buperusi teyali muntu, wabula yali malayika wa setani eyaziyiza Malayika wa Katonda eyali atumiddwa eri Danyeri:

Era Malayika wa Mukama oyo okuteebwa, Malayika omulaala ayitibwa Mikayiri yamala kujja okumuyamba, olwo Danyeri n'alyoka afuna ekyamagero kye oba obuwanguzi.

Njagala ojukire nti, ekyali kigenda mu maaso wano kunsi, kye kyareteera bamalayika ba Katonda ababiiri okujja, naye newankubadde nga waliwo okulwanyisibwa eri Danyeri naye kyeyali asabila yakifuna.

N'olwekyo naawe ky'oyagaala ojakukifuna, ssi nsonga banga ki lyomaze nga osaba, Katonda eyasubiza mwesigwa , ate era talagilangako Bantu kumunonyeza bwereeere.

Kituufu osabidde ebanga ddene, naye okulwaawo nga tonafuna ky'osabila kyandiba nga Malayika eyali aletta ekitereke kyo nga yawambibwa mu banga, olwo kiba kitegeza nti olinna okusaba ennyo asobole okuteebwa.

Okubikulirwa 12:11 kigamba nti, "Bamuwangula kigamba nti, *"Bamuwangula* {setani} *n'Omusaayi gw'Omwana gw'endiga, n'ekigambo eky'okutegeeza kwabwe"*

Njagala okitegeere nti, ffe abaana ba Katonda, ffe tuleteera ebintu okubaawo, kino siwaana buwaannyi balokole oba basabi, naye singa Danyeri teyasaba tewandibadde kibaawo.

Okulwaawo kw'ekyo Danyeri kye yali asabila, kyali tekitegeeza nti tasabye oba nti Mukama tawuridde, naye waliwo omulangila we Buperusi (omubaka wa setani) eyali agezako okuremesa.

Naawe kikugwanidde okusaba nga olagila setani akuvile mu kubolyo, era atte buli kyabadde akutte, asesseme buli kyabade yamila mu linnya lya Yesu.

Buli lw'otuuka okuwakanyizibwa setani mungeeri nga eno, ofunna okusomozebwa, n'okulwanyisibw okwenjawulo nga bigezako okukulaga nga Katonda omunafu oba eyakwelabira naye olina okulemela kumavivvi nga osaba okutuusa ebintu lwe bikyuka.

Emyoyo ginno egy'omubanga girumba nyo era girwanyisa nnyo omuntu gwe gilaba nga asaba bulungi ate nga mutukirivu: y'ensonga lwaki gimulumba nga gyagala kumunafuya wamu n'okumukyaaya Katonda.

Njagala okimanye nti tuli mu lutalo lwa namadala, eyo ye nsonga lwaki Malayika wa Mukama yagamba Danyeri nti,

"Omannyi ensonga lwaki nzize gyoli, era ngenda kuddayo, era laba ninna okulwanagana n'omulangila we Buperusi, naye bwendimala okugenda, omulangila we Buyonaani alijja gyoli."

Gwe olowooza kiki ekyali kileeta omulangila we Buyonaani, jukila nti naye mubaka wa setani: ekyali kimuleeta lwali lutalo, nolwekyo tolina kuzanyila mulutalo.

Naye ekinsanyusa kiri nti Mukama waffe Yesu wamu ne bamalayika webali okutuyamba, singa ffe tukola ekitundu kyaffe, nabo bakola ekyabwe.

Olina okumannya nti, omulangila we Buperusi wamu n'omulangila we Buyonaani, tebaali bantu, naye gy'ali myoyo egifugila emabega wa bafuzi abaali bafuga amatwale oba amawanga ago.

Era olina okumanya nti ne mu bitundu byaffe gye tubeera, gye tukoleela, gye tuzalibwa oba gye tuwerereza, yonna eriyo abalangila abafugilayo, n'olwekyo tulina okulwana okulaba nga tubawangula mu linnya lya Yesu Kristo.

Ensonga ey'emyoyo egifuga ebitundu oba amatwale siyamuzannyo era tetulinna kugilagajaliira, kubanga singa tetukikola oba kugilwanyisa n'okugiwangula, tubeera tujja kusigala mu busibe okumala ebanga ddene oba olussi obulamu bwaffe bwonna.

Eky'okulabilako, abaana ba Isirayiri, bagizanyilamu oba tebagisakko mwoyo naye bamaliriza bali mu bufuge bwamatwale agali gakolera wansi w'obufuzi bw'ekizikiza, era nga mubo mwemuli: Babulooni, Abayonaani, Abaperusi wamu n'Abaruumi.

Eyo ye nnsonga lwaki Mukama Katonda ayogera mu Ezekyeri 22:30-31 nti, *"Ne noonya omusajja mubo eyandidabiriiza olukomera mukituli ekiwaguddwa mu maaso gange ku lw'ensi, neme okugizikiriza, naye ne silabayo n'omu.*

Kyenvudde mbafukako okunyiiga kwange, mbamazeewo n'omuliro ogw'obusungu bwange, ndeese ku mutwe gwabwe ekubo lyabwe bo bwayogera Mukama Katonda."

Njagala gwe naawe okilowoozeko, Katonda anoonyaomusajja omu, era nga yalina okuyimiriira mu kituli ku lw'abantu, olwo Katonda alyoke awonnye eggwanga!

Ebintu bya Katonda tebimanyiilwa, kubanga mugwanga lyonna mubudde obwo Mukama weyali anonyeza omusajja, teyasobola kulabayo wadde omu bwati.

N'okutuusa olwa leero Katonda akyanoonya omusajja ayinza okuyimiriila mu kituri, bwe nkugamba omusajja ekyo kyentegeeza. kino ky'ekiseera abasajja batandike okuyimiriila mu biffo byabwe nga abasajja, kubanga obukurembeeze munsi ey'Omwoyo bulina kubeera mu mikono gya basajja so ssi bakazi.

Kino tekitegeeza nti, Katonda takozesa bakazi, kituufu abakozesa, era balina bingi byebatuseeko, naye Katonda okukozesa omukazi amala kulaba nga abasajja abaliwo balagajavu, tebefiiraayo, bajeemu, tebasaba, era nga baliriidwa ekibi.

Mukwano gwange njagala onfunne bulungi, ebyo sibyogela nga akabonero ak'okuteeka abakazi wansi, oba okulaga nti tebasobola, naye olina okumannya nti Katonda bweyali atonda ebintu byonna, buli kimu yakitondera oba yakiwa obuvunanyizibwa bwakyo:

Eky'okulabilako, enjuba elina kwaka emisana n'omwezi gw'akenga ekiro: kituufu by'ombi byaaka, naye ekitangaala kyebifurumya kyanjawulo.

Naye nga ate byonna byamugaso singa bibeera bikoze nga Mukama bweyategeka.

Ekilala, kisoboka bulungi omukazi okugula emeere, okwambaza abaana, n'okugunjula oyo abeera asobeza, naye obwo obuvunanyizibwa bubeera bwa musajja oba omwami.

Era singa ogelagelanya omuntu eyakuriira mu makka nga maama oba omukazi nga y'afugga kw'oyo eyakuriira mu makka nga omusajja oba taata y'afugga:

Naawe kenyini ojja kunjurira, kubanga oyo eyakuriira mu makka nga taata y'afuga asobola burungi obukulembeze, naye ono eyakula nga maama y'afuga awaka, sinsonga taata yaliwo, omwana oyo y'eyisa nga mukazi, era tasobola bukurembeze, embeela n'endowoza ze zibeela za kikazi.

Abakazi b'atanddikiriza okweyingiza mu bukurembeze, kubanga abasajja baseseetuka okuva mu kifo kyabwe Mukama kyabasubira okubeeramu, era baleka obuvunanyizibwa bwabwe obwo okubeera: abaami, ba taata, abakurembeeze abalungi, era abatya Katonda.

Nga tumaliriiza njagala okimanye nti, Katonda akyali kumuyiggo, nga anoonya omusajja ayinza okuyimiliira mukituli, okusobola okuzimba bugwe omulabe setani gweyamenya, bwanamala okumufuna ebintu bijja kutereela, n'elinnya lya Mukama lijja kugulumizibwa.

Naye bwatamufunne, ebintu bijja kweyongeera okugenda nga bwe bigenda kati, nga mwemuli okuffa, enguzi, ebilwadde, obumenyi bw'amateeka, okuyiwa omusaayi, obujeemu n'ebilaala ebiringa ebyo.

N'olwekyo kino ky'ekiseera buli muntu amanye obuvunanyizibwa bwe, naye bw'oba tonategeera ky'etaago eky'ebiseera byeturiimu, nsaba Mukama akuzibule amaaso osobole okulaba, era okole kyolina okukola.

Mukama akuwe omukisa.

EBYAFAAYO BY'OMUWANDIISI:

Derek Prince yazalibwa mu munsi ya India, naye bazadde be baali Bangereeza.

Yasomera mu Etoni ne Cambridge University ebungereza, eyo gyeyakenkukira mu ruriimi Oluyonaani n'olulatini.

Era yakulirako ekibibiina ekyaali kiyigiriiza ebintu ebyedda nga obigerageranyiza ne kakati.

Nga'ali sematendekero yayongeera okukenkuka mu ruriimi Olw'ebulaniya n'olulamayika, era ye yongerayo mu sematendekero mu Yerusalemi.

Yalwanako mu sematalo ow'okubiiri, eyono gyeyakenkukila mu kusoma Baibuli, era mu biseera ebyo, yafuna ensisinkano ne Yesu Kristo.

Era oluvanyuma lw'ensisinkano eno; yatandikawo enjogeera egamba nti, Yesu Kristo mulamu, era nti Baibuli ntuffu era ge mazima abantu bonna ge betaga singa babeera bayagala okugenda mu ggulu, ekyono kyakyusa obulamu bwe bwona.

Awandiise ebitabo bingi nnyo, naye nga okusinga byonna biyigiriza oba bivunula Baibuli, mungeeri esinga okutegerekeka.

Ebitabo ebilaala ebyawandikibwa Derek Prince

Appointment in Jerusalem
At the End of Time *
Authority and Power of God's Word *
Be Perfect
Blessing or Curse: You Can Choose
Bought With Blood
By Grace Alone
Called to Conquer
Choice of a Partner, The
Complete Salvation
Declaring God's Word
Derek Prince—A Biography by Stephen Mansfield
Derek Prince: On Experiencing God's Power
Destiny Of Israel and The Church,
Divine Exchange, The
Doctrine of Baptisms, The *
Does Your Tongue Need Healing?
End of Life's Journey, The
Entering the Presence of God
Expelling Demons
Explaining Blessings and Curses
Extravagant Love
Faith and Works *
Faith to Live By
Fasting
Final Judgment *
First Mile, The
Foundational Truths For Christian Living
Founded On the Rock *
Gateway to God's Blessing
Gifts of the Spirit, The
God Is a Matchmaker
God's Medicine Bottle
God's Plan for Your Money
God's Remedy for Rejection
God's Will for Your Life
God's Word Heals
Grace of Yielding, The
Harvest Just Ahead, The
Holy Spirit in You, The
How to Fast Successfully
Husbands and Fathers
I Forgive You
Immersion in The Spirit *
Judging
Laying the Foundations Series
Life's Bitter Pool
Life Changing Spiritual Power
Living As Salt and Light
Lucifer Exposed
Marriage Covenant, The
Orphans, Widows, the Poor and Oppressed
Our Debt to Israel
Pages from My Life's Book
Partners for Life
Philosophy, the Bible and the Supernatural
Power in the Name
Power of the Sacrifice, The
Prayers and Proclamations
Praying for the Government
Promise of Provision, The
Promised Land
Prophetic Guide to the End Times
Protection from Deception
Pulling Down Strongholds

Receiving God's Best
Rediscovering God's Church
Resurrection of the Body *
Rules of Engagement
Secrets of a Prayer Warrior
Self-Study Bible Course
(revised and expanded)
Set Apart For God
Shaping History Through Prayer
and Fasting
Spiritual Warfare
Surviving the Last Days
They Shall Expel Demons
Through Repentance to Faith *
Through the Psalms with
Derek Prince
Transmitting God's Power *
War in Heaven
Who Is the Holy Spirit?
You Matter to God
You Shall Receive Power

*FOUNDATIONS SERIES

1. Founded on the Rock (B100)
2. Authority and Power of God's Word (B101)
3. Through Repentance to Faith (B102)
4. Faith and Works (B103)
5. The Doctrine of Baptisms (B104)
6. Immersion in The Spirit (B105)
7. Transmitting God's Power (B106)
8. At the End of Time (B107)
9. Resurrection of the Body (B108)
10. Final Judgment (B109)

www.derekprince.com

www.ingramcontent.com/pod-product-compliance
Ingram Content Group UK Ltd.
Pitfield, Milton Keynes, MK11 3LW, UK
UKHW020223250726
13967UKWH00001B/160